ममतेची मूर्ती

मदर तेरेसा

रा.वा. शेवडे गुरुजी

मेहता पब्लिशिंग हाऊस

Please contact us at **Mehta Publishing House Pvt. Ltd., Pune.**
Email : **production@mehtapublishinghouse.com**
Website **: www.mehtapublishinghouse.com**

- **MAMATECHI MURTY MOTHER TERESA**
  by R.V. Shevade Guruji

- **ममतेची मूर्ती मदर तेरेसा** / कुमार साहित्य
  रा.वा. शेवडे गुरुजी

- संस्थापक : सुनील अनिल मेहता

- प्रकाशक : मेहता पब्लिशिंग हाऊस प्रा. लि.,
  १९४१, सदाशिव पेठ, माडीवाले कॉलनी, पुणे - ४११०३०.
  ✆ ०२०-२४४७६९२४
  E-mail : production@mehtapublishinghouse.com
  Website : www.mehtapublishinghouse.com

- मुद्रक : श्री मुद्रा

- प्रथमावृत्ती : सप्टेंबर, २०१७ । पुनर्मुद्रण : सप्टेंबर, २०२४

- मुखपृष्ठ व आतील चित्रे : देविदास पेशवे

- किंमत : ₹ १६०

- P Book ISBN 9789386745446

देशी वनौषधींचे भोक्ते

आणि जिद्दीचे प्रचारक

माननीय हरिचंद एल. मेहता

यांना आदरपूर्वक अर्पण

मदर तेरेसाचा जन्म युगोस्लाव्हिया देशात बेलग्रेडपासून काहीशा दूर अशा स्कोपये गावी झाला. तिची आई एका कष्टशील कुटुंबातील होती. वडील एक छोटे दुकानदार होते. तेरेसाचं नाव तिच्या आईवडिलांनी मोठ्या कौतुकानं ॲग्नेस ठेवलं होतं. ॲग्नेस केवळ आपल्या आई-वडिलांचीच नव्हे, तर इतर कुटुंबीयांची अतिशय लाडकी होती.

लहानपणी आपल्या आईला घरकामात टापटिपीनं मदत करण्याची तिला भारी हौस. वडील दुकानदार म्हणजे हिशेबी, व्यवहारी. ॲग्नेस वडिलांप्रमाणे नफा नुकसान पाहत असे. कुटुंब बेताचं. मिळकत बेताची. श्रीमंती नाही तशी गरिबी नाही. मात्र प्रेम-सुख-समाधान त्यांच्या कुटुंबात नांदत असे.

ॲग्नेसची इतर दोन भावंडे खेळकर, खोडकर होती; पण ॲग्नेस त्या मानानं काहीशी गंभीर आणि एकलकोंडी. वयाच्या बाराव्या वर्षापर्यंत तिचं शिक्षण सुरळीत झालं. नंतर तिला कसली तरी अज्ञात हुरहूर लागून राही. असं का व्हावं याचा तिला बोध होईना. मग घरच्या इतरांना ते कसं उमजावं? ॲग्नेसच्या या मनःस्थितीकडे तसं गांभीर्यानं कोणीच पाहिले नाही.

वयाच्या अठरा वर्षापर्यंत तिनं सभोवतीचा समाज थोडा अवलोकन केला व काहीसा अनुभवलाही. दीनदुबळे जीव पाहून तिचं अंतःकरण तीळतीळ तुटे. ऐश्वर्यसंपन्न श्रीमंत लोक गरिबांबद्दल काहीच करुणा बाळगीत नाहीत, याबद्दल तिला वाईट वाटे. निराधार गरीब व बेबंद श्रीमंत यांच्यातील अंतर मानवजातीच्या सुखाच्या आड येत आहे, असं तिला वाटे.

ती कळत नकळत या मानवी दुःखांवर चिंतन करी. ते दूर कसे होईल याची चिंता वाही. या विचारानं तिच्या मनात एवढं घर केलं, की आपला जन्म जणू ही दरी बुजविण्यासाठीच आहे, असं तिला वाटे. ही दरी दूर करण्यासाठी कुणीतरी आपल्याला जीवघेणी साद घालीत आहे, असा तिला भास होई.

ॲग्नेसची झोप उडाली. ती अधिक एकलकोंडी आणि अधिक चिंतनशील बनली. अज्ञात हुरहुरीपासून निर्माण होणारा भावनावेग सोसणं कठीण झाल्यावर ती एके रविवारी चर्चमध्ये गेली आणि नम्रभावानं येशूपुढे नतमस्तक होऊन उद्‌गारली, ''प्रभो, मी येत आहे! प्रभो, मी येत आहे!''

ॲग्नेसनं आपला निर्णय आई-वडिलांच्या कानी घातला. ती सेवाभगिनी (नन्) बनली. ती डब्लिनला एका कॉन्व्हेंटमध्ये गेली. तिथं एक वर्ष तिनं इंग्रजी विषयाचा सखोल अभ्यास केला. भारतात जाऊन आलेल्या एका सेवाभगिनीशी तिचा परिचय झाला. भारतासारख्या रमणीय देशात अठराविश्वे दारिद्र्य थैमान घालीत आहे; म्हणजे सेवाकार्याला तिथं अमाप संधी आहे असं तिला समजलं.

ॲग्नेसनं भारतात जाण्याचा बेत निश्चित केला. काही सेवाभगिनींबरोबर ती दार्जिलिंगला आली. छोट्या झुकझुक डुलणाऱ्या आगगाडीतून ती जात होती. दार्जिलिंगचा निसर्ग पाहिल्यावर ती थक्कच झाली. तो विशाल, विविधस्वरूपी, रंगीबेरंगी, मनोहारी निसर्ग तिला प्रतिपरमेश्वरच वाटला. भारत परमेश्वराचा लाडका देश आहे, असंही तिला वाटलं. गाडीतून उतरताच भीक मागणारे भिकारी तिनं पाहिले. त्यात

पोरकी पोरे होती, काखेला मुले घेतलेल्या बायका होत्या, म्हातारे-कोतारे होते, कुष्ठरोगीही होते. ॲग्नेसचं करुण कोमल हृदय कळवळलं. ती आपल्या मैत्रिणीला म्हणाली,

"देवानं ज्यांना जन्म दिला ते हे मानव, त्यांची ही अशी दुर्दशा का बरं व्हावी?"

"यांच्या दुःखावर काही लोक आपलं सुख उभं करतात म्हणून." मैत्रीण उत्तरली.

ॲग्नेसच्या डोळ्यांत पाणी तरळलं. तिची सेवाभगिनी तिला म्हणाली,

"अगं, हे काहीच नव्हे; तू जर त्या कलकत्त्यात जाशील, तर तुला नरकपुरी बरी वाटेल."

ॲग्नेसच्या मनावर तिच्या मैत्रिणीच्या बोलण्याचा परिणाम झाला. तिनं ठरवलं, कलकत्त्याला जायचं आणि तिथल्या पीडित अनाथ अपंगांची सेवा करायची. 'दीन दलितांची सेवा हीच प्रभूची भक्ती' हे तिनं आपल्या जीवनाचं सार बनवून टाकले होते.

ॲग्नेस कलकत्त्याला आली. लॉरेंटो मिशनमध्ये तिनं प्रवेश केला. तिथल्या सेंट मेरी स्कूलमध्ये भूगोलाची अध्यापिका म्हणून तिला नोकरी मिळाली. तिनं मन लावून अध्यापनाचे काम केले. आपल्या विद्यार्थी वर्गाची ती अत्यंत लाडकी बनली. मिळेल तेवढ्या मोकळ्या वेळात ती सेवाकाम करू लागली. तिच्या शाळेत येणारी मुले काही जशी गरीब असत तशी काही खूप श्रीमंतांचीही असत.

वरचेवर तिच्या मनात विचार येई, की मी ज्यासाठी इथे आले ते काम मी करत आहे का? तिची खात्री झाली की या नोकरीद्वारा आपण आपली प्रतारणा करून घेत आहोत. तिचे मन तिच्याविरुद्ध बंड करून उठले. ॲग्नेसने पोप महामुनींना आपला मनोदय कळविला. आशय असा की, दीन-दलितांच्या सेवेसाठी मला बंधनमुक्त करावे. ॲग्नेसची ही तळमळ पाहून पोप महाशयांनी चाकोरीच्या पलीकडे जाऊन ॲग्नेसचा राजीनामा मंजूर करून तिला बंधनमुक्त केले.

ते १९४८ साल होते. सेंट मेरी स्कूलची प्राचार्या म्हणून ती काम करीत होती. तिने आपल्या निष्काम कष्टशीलतेने शाळेचा दर्जा उंचावला होता. तिच्या अनपेक्षित राजीनाम्याने सगळेच आश्चर्यचकित झाले. काही व्यवहारवाद्यांनी तिला मनातून मूर्खच ठरवले. पण ॲग्नेसपुढे कोणाचे काही चालले नाही.

ॲग्नेसने सर्वसंगपरित्याग केला. तिनं पूर्णतः आतल्या आवाजाला साथ दिली. प्रभूने केलेल्या पुकाराला 'ओ' दिली.

सिस्टर ॲग्नेस मदर तेरेसा झाली आणि तिनं दीन-दलितांचे दुःख दूर करण्याच्या

कार्यात स्वतःला झोकून दिले. या वेळी तिच्याजवळ फक्त पाचच रुपये होते. पण त्याचे तिला काहीच वाटले नाही. थोडेफार बंगाली तिला येतच होते. निळ्या किनारीची पांढरी साडी बंगाली पद्धतीनं तिनं परिधान केली. अशा साड्या बंगालमध्ये समाजतिरस्कृत स्त्रियाच नेसतात. जणू मदर तेरेसाला अशांचेच प्रतिनिधित्व करायचे होते.

त्या कालीमातेच्या मंदिरात इतकी मोठी गडबड यापूर्वी कधीच उडाली नव्हती. तेथील पुजारी, सेवेकरी, पंड्ये आणि बडवे सारे क्रुद्ध होऊन गेले होते.

– ही महानगरपालिका स्वतःला समजते तरी काय?

– कलकत्ता शहर बहुभाषी, बहुधर्मी व बहुपंथी असले तरी आमच्या हिंदूधर्मावर होणारे हे आघात आम्ही कदापिही सहन करणार नाही.

काली मंदिराच्या व्यवस्थापकांची एक तातडीची सभा झाली. सभासद तावातावानं आणि हिरिरीनं आपला राग व्यक्त करीत होते. आणखी काही जण म्हणत होते :

– महापौरांना घेराव घालू या.

– महानगरपालिकेच्या दारात सत्याग्रह करू या.

– सारी महानगरपालिकेची इमारत निषेधाच्या घोषणांनी निनादून सोडू या.

अनुभवी आणि वयोवृद्ध व्यवस्था समितीचे चिटणीस शांत चित्तानं म्हणाले, ''या उपायांचा काहीही उपयोग होणार नाही.''

''का बरं?''

''महानगरपालिकेचे सभासद गेंड्याच्या कातडीचे असतात. आपल्या या सामान्य सनदशीर उपायांचा परिणाम त्यांच्यावर मुळीच होणार नाही.''

''मग करावं काय म्हणता?''

''आपण आपला सारा मोर्चा ती कोण मदर तेरेसा का फेरेसा, तिच्यावर वळवू या.''

''ती एकटी आमच्या विरोधापुढं कितीसा टिकाव धरील?''

''महानगरपालिकेनं आमच्या धर्मशाळेच्या बाजूची कोपऱ्यातली एक पडवीवजा जागा जरी तिला दिली असली, तरी तिनं आमच्या कालीमंदिराचा पवित्र परिसर का बाटवावा?''

एका दुबळ्या परोपकारी जोगिणीवर चाल करून जायला कालीभक्त वीरश्रीनं सरसावले.

मदर तेरेसाच्या रुग्णसेवा आश्रमाच्या दाराशी बहुसंख्येनं ते पुजारी आले आणि ''तेरेसा मुर्दाबाद'', ''तेरेसा, चले जाव'' अशा घोषणा देऊ लागले.

न घाबरता, न डगमगता मदर तेरेसा या तुफान मोर्चाला सामोरी गेली. नम्रतापूर्वक हात

जोडून ती म्हणाली,

"बंधूंनो, आपलं काय म्हणणं आहे?"

"तुम्ही इथून चालत्या व्हा."

"मी तुमचं काय केलंय?"

"तू ख्रिस्ती जोगीण आहेस. इथल्या तुझ्या राहण्यानं कालीमंदिराचा परिसर भ्रष्ट होत आहे. तुझं इथं राहणं आमच्या हिंदूधर्मावरचं महान संकट आहे."

"छे, छे, मरणाच्या दारात मृत्यूशी झगडा देणाऱ्या आतल्या अभागी जीवांना मला सोडून जाता येणार नाही."

"तुझ्यासकट आम्ही त्यांना हाकलून लावू."

"मुळातच निराधार असलेले ते जीव आता कुठं जातील? बाबांनो, मी हात जोडते, पदर पसरते; मला मारा. पण जिवंतपणी मरणाच्या यातना ज्यांनी भोगल्या त्यांना मरतेसमयी माझ्या सेवेचं सुख मिळत आहे. निदान त्यांच्या या सुखाच्या आड तरी येऊ नका. ते तुमचेच बांधव आहेत. तुम्हीच त्यांना निराधार केलं आहे. परमेश्वराच्या आज्ञेनं मी त्यांची सेवा करीत आहे. तुमच्या बांधवांची मी सेवा करणं हा अधर्म आहे का? हे पाप आहे का?"

धर्ममार्तंड अवाक झाले, निरुत्तर झाले. मदर तेरेसा जे सेवाकाम करीत आहे ते मुळीच गैर नाही, अशी त्यांची खात्री पटली. मोर्चातली पुढारी मंडळी आत गेली आणि त्या अभागी जीवांचे त्यांनी अवलोकन केले.

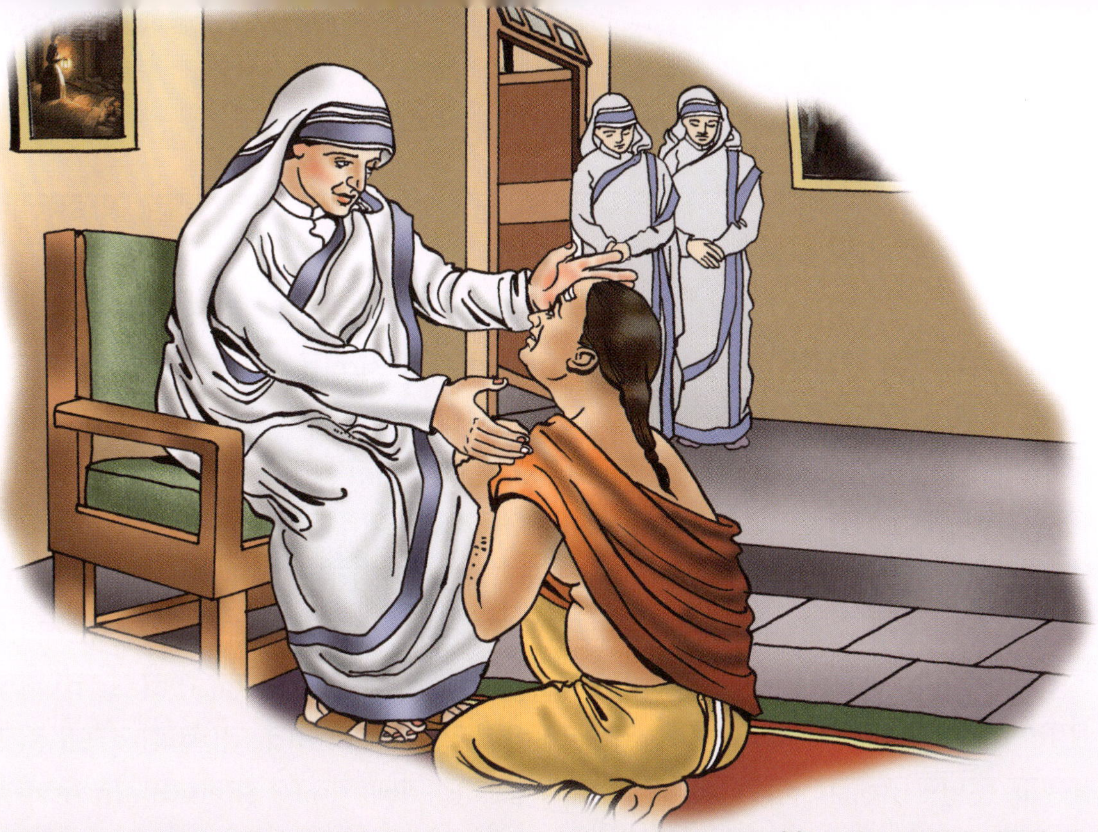

मोर्चा शांतपणे परत गेला. पुजाऱ्यांच्या पुढाऱ्यांनी मदर तेरेसाची क्षमा मागितली. क्रोधावर प्रेमानं विजय मिळविला.

निराधारांना प्रेम देणे, अनाथांना धीर देणे, निराश्रितांना आश्रय देणे, ज्यांचे या जगात कोणी नाही त्यांचे कोणीतरी जवळचे होणे, हे मदर तेरेसाच्या जीवनकार्याचं सूत्र आहे. मदर तेरेसा सेवाकार्य करते ते प्रेमस्वरूप होऊन, वात्सल्यसिंधू होऊन.

असेच काही दिवस निघून गेले. मदर तेरेसाचे कार्य अव्याहत चालूच होते. पण काय दैवदुर्विलास पाहा- कालीमातेच्या पुजाऱ्यांपैकी एकाला मदर तेरेसाच्या निर्मल हृदयात निराधार अवस्थेत यावे लागले. तिनं पूर्वीचं विसरून मातेच्या मनानं त्यांचीही सेवा केली.

अशी ती निर्मल हृदयामध्ये एका रुग्णाची सेवा करीत असता एक पुजारी धावत धावत तिथं आला. मदर तेरेसाचे पाय पकडून तो म्हणाला,

"माँ, आजपर्यंत अनेक वर्षं या कालीमातेची मी पूजा करीत आलो, उपासना करीत आलो; पण मनाला समाधान म्हणून कधी लाभलं नाही. भक्त येतात, अजबली देतात आणि नररुंडमाळा परिधान करणाऱ्या रुद्रावतारी कालीमातेची करुणा भाकतात. छे, छे! कालीमाता तू आहेस. माँ, तुझ्या रूपानंच खऱ्या भक्तवत्सल कालीमातेचं दर्शन मला घडत आहे, असं मी मानतो."

अॅग्नेस मदरचा वसा घेऊन मदर तेरेसा झाली. अवघ्या पाच रुपये भांडवलावर 'ख्रिस्तावरी भार टाकोनीया' ती कामाला लागली.

अशीच फूटपाथच्या कडेनं हिंडत असता एका खासगी इस्पितळासमोर एक छिन्नविच्छिन्न देह झालेली वृद्ध स्त्री रस्त्याच्या कडेला धुळीत पडलेली तिला दिसली. तेरेसाचा जीव कळवळला. तिनं मनात येशूचं स्मरण केलं आणि त्या अनाथ वृद्धेला ती दवाखान्यात घेऊन गेली. बरी न होणारी केस म्हणून तिला रुग्णालयात प्रवेश मिळाला नाही. म्हणून मदरनं नगरपालिकेच्या मोफत दवाखान्यात तिला नेलं. तिथंही कोणी घेईनात. मदर तेरेसा हवालदिल झाली. डॉक्टर मंडळींना तिनं परोपरीनं विनविलं आणि कोण्या एका डॉक्टरला कणव आली. मदर तेरेसाची की त्या निराधार वृद्धेची कुणास ठाऊक! दवाखान्यातल्या उपचारानं ती रुग्णाईत बाई बरी होऊ शकली नाही. तिचं जीवन संपलं होतं. तिचं मरण अटळ होतं. ते तिलाही कळून चुकलं होतं. ती वृद्धा दुःखी होती. मरणार म्हणून नव्हे तर आपण एकाकी, निराधार, साऱ्यांना नकोसे झालो आहोत म्हणून.

मदर तेरेसानं त्या बाईला धीर दिला. दवाखान्यातून तिला काढून टाकल्यावर मदर तेरेसानं तिला मरेपर्यंत आधार देण्याचं ठरविलं. ती महानगरपालिकेकडे गेली. खूप खटपट करून तिला एक छोटीशी खोली मिळाली ती कालीमातेच्या धर्मशाळेच्या

कोपऱ्यात एका लांब पडवीत. तेरेसाचा आनंद गगनात मावेना. त्या म्हातारीच्या जोडीला आणखी काही आसन्नमरण स्थितीतले निराधार रोगी तिनं आणून ठेवले.

मदर तेरेसा या साऱ्यांची शुश्रूषा करू लागली. निराधारांना आधार वाटला. ते सारे प्रफुल्लित झाले. कारण एकच होतं की ते सारे सुखानं मरणार होते.

रोग्यांची संख्या वाढू लागली. कनवाळू लोकही तिला आता मदत करू लागले. एक-दोन सहकारीही तिला मिळाल्या.

मदर तेरेसाला एक नवीनच अडचण भासली – या रुग्णांची नुसती सेवा शुश्रूषा करून भागणार नाही, तर आपण औषधोपचाराची माहिती करून घ्यायला हवी.

मदर तेरेसाचं एक वैशिष्ट्य असं की मनात सुविचार आला की तो ताबडतोब कृतीत आणायचा. वैद्य आणि डॉक्टरांच्या बरोबर तिच्या गाठीभेटी सुरू झाल्या. भरभर ती औषधोपचार शिकली, इंजेक्शन द्यायला शिकली, अगदी शिरेतलीसुद्धा.

तिनं या आपल्या पडवीवजा जागेला नाव दिले, 'मिशनरीज ऑफ चॅरिटीचे निर्मल हृदय.' कुतूहलानं लोक तिच्या या लोकविलक्षण सेवेकडे आकर्षिले गेले आणि वाढत्या रुग्णांना लाकडी खाटा मिळाल्या, अंथरायला पलंगपोस मिळाले, पांघरायला चादरी मिळाल्या. साधे पण ताजे अन्न एका कोपऱ्यात शिजू लागले.

पण हे सारं कशासाठी तर जीवनाची आशा सुटलेल्यांना सुखाचं मरण मिळावं म्हणून. ती वृद्धा प्रथम जेव्हा मदर तेरेसाच्या दृष्टीस पडली, तेव्हा तिच्या जखमांना मुंग्या लागल्या

होत्या, तिला ठिकठिकाणी उंदीर-झुरळांनी कुरतडले होते आणि तिचा अंतकाळ जवळ आला होता. आता तिचा देह स्वच्छ होता, धुतलेल्या जखमांचा स्पिरिट डेटॉलचा वास तिच्या अंगालाही येत होता. तिच्या यातना निम्म्याहून अधिक कमी झाल्या होत्या. मानसिकदृष्ट्या ती समाधानी होती की, ती निराधार नव्हती, या जगात तिचं कोणीतरी होतं.

डोळ्यांत आसू आणून, गालांवर हसू आणून, ओठांनी उपकृतता पुटपुटत त्या वृद्धेनं आपला डावा हात मदर तेरेसाच्या उजव्या हातात दिला आणि तिनं समाधानानं प्राण सोडला.

❋❋❋

'देवावरी भार ठेवोनीया' या शुद्ध सात्त्विक भावनेनं जे काम करतात त्यांची काळजी त्यांचा देव वाहतो. उद्याची चिंता न करता आपल्या येशूवर सर्व जबाबदारी टाकून मदर तेरेसा आपल्या कामाला लागली. प्रत्येक रुग्णांत तिला येशू दिसत होता. प्रत्येक रोग्याची सेवा ही येशूची सेवा, अशी तिची श्रद्धा होती. प्रत्येक रुग्णांचं मरण म्हणजे येशूचं बोलावणं, अशी तिची धारणा होती.

कलकत्त्यासारख्या अफाट शहरात रुग्णांना काय तोटा? दिवसेंदिवस मदर तेरेसाच्या त्या पडवीत नवे नवे रुग्ण भरती होत होते. ती आणि तिच्या सहकारी त्या रुग्णांना उचलून तेथे आणीत. सगळेच आसन्नमरण असत. निराधार, अपंग, अनाथ असत. जीवनाची आशा त्यांनी सोडलेली असे. मदर तेरेसा त्यांना घेऊन येई ते त्यांना जीवन देण्यासाठी नव्हे, तर सुखाचे मरण देण्यासाठी. अवलोकनानं आणि अनुभवानं तिनं या बहुतेक रुग्णांची एक स्थिती ओळखली होती. त्यांना शारीरिक यातनांपेक्षा मानसिक यातना अधिक टोचत आहेत. त्यांच एकाकीपण, निराधारपण त्यांना असह्य होत आहे.

मदर तेरेसाला जशा सहकारी मिळू लागल्या आणि थोडीफार आर्थिक मदत मिळू लागली, तसा आपल्या सेवाकार्यावर तिनं विचार केला. तिला वाटलं आपण या कार्याचं रूपांतर एका मानवतावादी सेवाकार्य संस्थेत करावं.

डोक्यात विचार येण्याचा अवकाश, तिच्या त्या धर्मशाळेला पाटी लागली, 'मिशनरीज ऑफ चॅरिटी.' लगेच प्रवेशद्वारावर एक फोटो लागला. कुमारीमाता मेरीनं

येशूबाळाला हातात घेतलं आहे. आतल्या भिंतीवर बायबलमधली सुप्रसिद्ध वचनं तिनं लावून टाकली. त्या पडवीचे दोन बराकींत रूपांतर केले. एक बाजू स्त्रियांसाठी, दुसरी बाजू पुरुषांसाठी. त्या म्हाताऱ्याकोताऱ्या, मरायला टेकलेल्या किंवा तिथं मरायलाच आलेल्या नव्हे तर आणलेल्या त्या वृद्ध स्त्री-पुरुष विभागाला तिनं नाव दिले 'निर्मल हृदय.'

हळूहळू पैशाचा ओघ वाढू लागला. सहकाऱ्यांची संख्या वाढू लागली. कामाचा ताण पडू लागला. पण मदर तेरेसाला वाटलं की हे काम अपुरं आहे. अनाथ, अपंग, वृद्ध स्त्री-पुरुष आहेत का? नाहीत, मुलेही आहेत. या कलकत्त्यात गरीब मुलांइतके अभागी कोणी नाही असं तिला दिसून आलं. झालं, मदर तेरेसानं अनाथ, अपंग मुलांसाठी 'शिशुभवन' उघडायचं ठरविलं.

मदर तेरेसा आणि तिच्या सहकारी झोपडपट्टीच्या रस्त्यारस्त्यानं फिरू लागल्या. त्यांना अनाथ बालकं सापडू लागली. आयांनी टाकलेली, अगदी कोंडाळ्यात, उकिरड्यात. त्या अशा मुलांना येशूची देणगी समजून उचलून आपल्या शिशुभवनात आणू लागल्या. त्यांची सेवा-शुश्रूषा करू लागल्या. त्यांतील काही दगावत तर बरीचशी जगत. दगावणारी ख्रिस्तार्पण समजून ती त्यांच्यासाठी प्रार्थना करी आणि जगलेल्यांना दुप्पट जोमानं वाढवी.

मदर तेरेसाकडे आधार मिळतो, म्हणून एक भयानक कुष्ठरोगी तिच्या आश्रयाला आला. त्याची करुण स्थिती पाहून मदर तेरेसाचं कोमल हृदय व्याकूळ झालं. तिनं मनाशी विचार केला की, हा कुष्ठरोगीही माझ्या येशूचं लेकरू आहे, पण त्याला या साऱ्यांच्या

शेजारी कसे ठेवू? त्याच्याकरिता मी निराळी जागा निर्माण केली पाहिजे.

झालं! शिशुभवनाप्रमाणं मदर तेरेसाचं कुष्ठधाम सुरू झालं. तिनं त्याला नाव दिलं, 'शांतिनगर.'

मदर तेरेसाच्या या कार्याचा बोलबाला होऊ लागला. लोक भेटी देऊ लागले. पाश्चात्त्य पत्रकार मुलाखती घेऊ लागले आणि तिच्या कार्याचा कीर्तिसुगंध भारताच्या सीमापार दरवळू लागला. परिणामी तिच्याकडे मदतीचा ओघ सुरू झाला.

आज मदर तेरेसाची बत्तीस निर्मल हृदये, सदुसष्ट शांतिनगरे, अठ्ठावीस शिशुभवने अशा एकूण एकशे सत्तावीस संस्था इंग्लंड-ऑस्ट्रेलियापासून ते दक्षिण अमेरिकेपर्यंत पसरलेल्या आहेत.

एकदा एका पाश्चात्त्य पत्रकारानं तिला विचारलं,

"मदर, मी एक शंका विचारू?"

"अवश्य."

"तुमच्या अवाढव्य कार्याला पैसा मिळतो का?"

"प्रभूच्या कृपेनं पैशाची उणीव नाही."

"मग कशाची उणीव नाही."

"उणीव एका गोष्टीची आहे."

"ती कोणत्या?"

"ती म्हणजे माणसाला माणसासाठी पाझर फुटत नाही याची. श्रीमंतांनी खुशाल ऐश्वर्याचा उपभोग घ्यावा; पण त्यासाठी त्यानी गरिबांचं सुख लुटू नये."

तो पत्रकार या साध्या सरळ उत्तरानं थक्कच झाला.

मदर तेरेसा मुळात अबोल. काम करण्यावर तिचा भर अधिक. पण मुलाखती देणे, फोटो काढू देणे टाळणं शक्य नव्हतं. एक-दोन पाश्चात्त्य चरित्रकारांनी तिचे चरित्र प्रसिद्ध केले आणि साऱ्या जगात तिच्या सेवाकार्याचा गौरव झाला. जगाच्या कानाकोपऱ्यातून तिच्या कार्याला सक्रिय सहानुभूती मिळू लागली.

अशा या मानवतेच्या थोर उपासिकेनं आपल्या सेवाकार्यासाठी भारत देश निवडावा, हे भारताचे सुदैव की दुर्दैव, हे सांगणे कठीण. सुदैवही म्हणता येईल; कारण तिच्या प्रेरणादायी कार्याचं मोहक दर्शन आज भारतीयांना घडत आहे. दुर्दैवही म्हणता येईल, कारण केवळ भारतातच या संस्था सुरू करण्यासारखे शारीरिक, विशेषतः मानसिक दैन्य तिला आढळले. आजपर्यंत ज्ञानेश्वर, कबीर, एकनाथ, तुकाराम वगैरे अनेक भारतीय संतांनी जो समतेचा उपदेश केला, तो कृतीत आणण्याचा उद्योग निरलसपणे मदर तेरेसांनी केला, हे आम्हा भारतीयांचं भाग्य होय, असंच आम्ही मानायला हवं.

माधव ज्यूलियन यांच्या एका कवितेत एक चरण आहे, 'प्रेम लाभे प्रेमळाला, त्याग ही त्याची कसोटी.' मदर तेरेसाच्या जीवनकार्याचं स्वरूप असंच आहे. तिच्या सेवासंस्थांच्या वतीनं, शिशुभवने, निर्मल हृदये आणि शांतिनगरे चालविली गेली तरी तिचं मन विशेष रमायचं ते शिशुभवनात.

शिशुभवन म्हटलं, की डोळ्यांपुढे उभ्या राहतात बालवाड्या, नर्सरीज नाहीतर माँटेसरी शाळा. परंतु मदर तेरेसाची शिशुभवने या बालशाळांच्यापेक्षा काही आगळी आणि वेगळी आहेत. इतर बालवाड्यांमध्ये आई-वडिल मुलांना शाळेत नेऊन सोडतात. स्वच्छ सुंदर कपडे घालून, बरोबर खाऊचा डबा आणि पाटीदप्तर देऊन. आपल्याला शाळेत सोडून आई जात आहे, तेव्हा मुलांची तोंडे वाकडी होतात. नाइलाजानं मग ती शाळेत बसतात. मदर तेरेसाच्या शिशुभवनातील बालजीव मात्र त्यांच्या आईवडिलांनी गरिबीमुळे, अनैतिकतेमुळे टाकून दिलेली आणि तिनं व तिच्या सेवाभगिनींनी आणलेली असत. मदर तेरेसाला या शिशूंमध्ये बालयेशू दिसायचा. त्यांची सेवा म्हणजे 'बालयेशूची सेवा', असं ती मानायची. उपजल्यापासून ज्यांच्या वाट्याला कधी मातेची माया आली नाही, त्यांच्यावर मदर तेरेसा ममतेच्या महापुराचा वर्षाव करी. विविध व्यापांत मग्न झालेली मदर तेरेसा एकदा आपल्या शिशुभवनात गेली की, घरट्यात परत आलेल्या चिमणीभोवती तिच्या पिलांनी आनंदानं बेहोष होऊन कलकलाट करावा,

तशी ही चिमणी पाखरं आपल्या मातेला- मदर तेरेसाला-बिलगायची. कोणी हात धरून ओढत. कोणी पायाला मिठी मारत. कोणी पदराला धरून लोंबकाळत अक्षरशः तिला हैराण करून सोडत. आणि मदर तेरेसा या बालजीवांच्या हास्यकल्लोळात मग्न होऊन जाई, रंगून जाई. मायेनं ती आपल्या सहानुभूतीचा हात त्यांना देई. मग ती कोणाला घेईल, कोणाच्या पाठीवर लाडिकपणाने थापटी मारे, कोणाच्या केसांवरून हळुवारपणे हात फिरवी आणि दहा-पंधरा मिनिटे वात्सल्याचा आविष्कार झाल्यावर मग ती एकेकाला अगदी हळुवारपणे सांगत सुटे :

– आपापल्या जाग्याला बसायचं.

– तू केस विंचरलेले नाहीस.

– तुझ्या नखात घाण आहे.

– डोळे स्वच्छ धुतलेले नाहीत.

– शर्टाला गुंड्या लावलेल्या नाहीत.

– चला पळा आपापली कामं व्यवस्थित करून या; तरच मी तुमच्याशी बोलेन.

मग ती सर्वांना सांगे, सर्वांनी गोल करून बसायचं, तुम्हाला आता कपभर गोड गोड दूध मिळणार आहे. इतक्यात तिच्या सेवाभगिनी (सिस्टर्स) आणि सेवाबंधू (ब्रदर्स)

देणगीरूपानं आलेल्या दुधाच्या भुकटीचे तयार केलेले सत्त्वयुक्त दूध घेऊन यायच्या. दूध कोणी सावकाश प्यायचं, कोणी गटागटा प्यायचं. कुणाचा कुणाला धक्का लागायचा. ज्याचं दूध सांडे तो रडायचा. दूध पिण्याच्या वेळच्या या क्रिया मदर तेरेसाच्या नजरेतून सुटत नसायच्या. तिची नजर जितकी प्रेमळ तितकीच चाणाक्ष. ती आळशाला घाई करी, हावरटाला धीरानं घ्यायला लावे. ज्याचं दूध सांडले असेल त्याला पुन्हा देई.

अशा रीतीनं तासभर शिशुभवनात घालविल्यावर तिला अपंग आणि मतिमंद बालकांच्या शिशुभवनाची आठवण होई. तिथं ती गेल्यावर मुलांना तसाच आनंद होई. ती त्यांना जवळ घेई. कुणाचे केस विंचरे, कुणाची लाळ पुसे, कुणाचे नाक स्वच्छ करे, वेडेवाकडे झालेले कपडे सरळ करे. या मुलांच्यासाठी तिच्या प्रेमाचा पूर दुप्पट जोरानं वाहत असे. कारण या अभागी जीवांची तिला कणव येई. या मुलांचे करणे मोठे कठीण आणि अवघड काम. पण तिच्या सेवाचतुर भगिनी आणि बंधू तितक्याच निष्ठेनं ते काम करीत .

जोसेफ केनेडी ॲवॉर्डमधून मिळालेल्या पाच लाख रुपयांतून तिनं पुढे मागे अंगण - परसू असलेल्या टुमदार बंगलीवजा घरात मतिमंद आणि अपंग मुलांचे शिशुभवन सुरू केले .

बांगला देशच्या स्वातंत्र्याचा लढा सुरू झाला आणि भारताच्या साहाय्यानं बांगला स्वतंत्र झाला. पाकिस्तानी सैनिकांनी बांगला महिलांवर अनंत अत्याचार केले. परिणामी काही अर्भके जन्माला आली आणि ती लोकलाजेस्तव टाकली गेली. मदर तेरेसाला हे कळण्याचा अवकाश; ती लगेच ढाक्क्याला गेली. बांगला भगिनींचे अश्रू तिनं पुसले. लगेच अनाथ बालकांकरिता तिनं शिशुभवने उघडली.

अशा शिशुभवनांना परदेशी पाहुणे भेटी देतात. मदर तेरेसाचे हे कार्य त्यांच्या काळजाला जाऊन भिडते. त्यांना प्रेमाचा पाझर फुटतो. मग मदतीचा ओघ सुरू होतो. अशा भेटी देणाऱ्यांत काही अविवाहित विद्यार्थीही असतात. ते यांतील बालके दत्तक घेतात आणि परत आपल्या देशी गेल्यावर हे कुँवारे बाप आपल्या मुलांच्या योगक्षेमासाठी पैसे पाठवून देतात.

अशा शिशुभवनातून मोठे होऊन बाहेर पडलेली शेकडो बालके आज समाजात सामान्य नागरिक म्हणून वावरत आहेत. काहींनी आपले संसारही थाटले आहेत.

एकदा मदर तेरेसाच्या एका सेवाबंधूनं तिला विचारलं,

"माते, एक शंका आहे."

“काय बेटा, जरूर विचार.”

“त्या बालकांच्या वाट्याला या ज्या अनंत यातना येत आहेत, त्या कशासाठी?”

“या जगात कुणाला तरी कुणाचे तरी भोग भोगावे लागतात.”

“पण ही बालकं निष्पाप नाहीत का? मग हे दुःख यांच्या वाट्याला का?”

“बेटा, प्रभूच्या लीलेचं हे तर वैशिष्ट्य आहे. साधू-सज्जनांच्या वाट्याला त्यांच्या बांधवांचं दुःख येत असतं. प्रभू सुळावर चढला बांधवांच्यासाठी. बालकांच्याइतके 'सज्जन' शोधूनही सापडायचे नाहीत. अशा सज्जनांची सेवा आम्हाला करायला मिळत आहे म्हणून, या बालजीवांचे आम्ही ऋणी राहिलं पाहिजे.”

मदर तेरेसा फारशी काही बोलत नसे. पण ती काही बोलू लागली, तर असं काही बोले, की ऐकणाऱ्याला मोठं विलक्षण वाटावं. निष्पाप मुलांवर मदर तेरेसाचा विशेष जीव होता.

एकदा कोलकात्यातल्या एक छोट्या शाळकरी मुलाशी बोलताना मदर गमतीने म्हणाली,

“आमच्याकडे मुलांसाठी चहा करायला पैसेच नाहीत मुळी!”

तो मुलगा काहीच न बोलता घरी गेला. त्याने घरच्यांना ती घटना सांगितली आणि साखर खाणं सोडून दिलं. घरच्यांनीही काही दिवस साखर खाल्ली नाही. काही दिवसांनी तो मुलगा न वापरलेल्या साखरेची बरणी घेऊन मदरकडे गेला. मदरनी थरथरत्या हातांनी ती भेट स्वीकारली आणि त्या मुलाला प्रेमाने कवटाळलं.

कोलकात्यातला आणखी एक प्रसंग. 'शिशुभवना'त एक अत्यंत गरीब मुलगा आला. तो भुकेने व्याकूळ झाला होता. त्याच्या डोळ्यांत अपार याचना भरून राहिली होती. मदरनी त्याला एक भाकरी दिली. भाकरी घेऊन तो मुलगा जवळच्याच एका कोपऱ्यात जाऊन बसला. भाकरीचा एकेक तुकडा मोडून तो अगदी हळूहळू खायला लागला.

मदरनी त्याला विचारलं,

“बाळा, असं का करतोयस? तुला भूक लागलीय ना? मग हळूहळू का खातोस?”

तो मुलगा शांतपणे म्हणाला,

“भरभर खाल्ली, तर ही भाकरी लवकर संपेल आणि मला लवकरच पुन्हा भूक लागेल. याचीच मला भीती वाटते.” त्या मुलाने दिलेलं साधं, पण हृदयाचा ठाव घेणारं उत्तर ऐकून मदरला गहिवरुन आलं.

निराधारांना मदर तेरेसा धीर देते, असं समजल्यावर घरातून हाकलून लावलेला एक महारोगी तिच्याकडे आला. त्यानं आपली महारोग झालेली बोटे कपड्याआड झाकली होती. तो का आला आहे, हे प्रथम तेरेसाच्या ध्यानात आले नाही. पण त्याचा कावराबावरा चिंतातुर चेहरा पाहून ती त्याला म्हणाली,

"आपण कोण?"

"एक निराधार माणूस."

"आपल्याला काय हवंय?"

"आसरा. आपल्या निर्मल हृदयात राहायचं आहे मला."

"पण इथं तर मी आसन्नमरण वृद्ध स्त्री-पुरुषांना ठेवून घेते. आपण तर धडधाकट..."

"नाही माते," कंठ दाटून सद्‌गदित होऊन आपला हात उघडा करीत तो म्हणाला, "मी महारोगी आहे. मला कोणीच ठेवून घ्यायला तयार नाही. ज्याचं जगात कोणी नाही, त्याचं सर्वस्व तू आहेस, अशी तुझी कीर्ती ऐकून मी तुझ्या चरणांशी आलो आहे. माझा अव्हेर करू नकोस."

निर्मल हृदयाच्या एका कोपऱ्यात त्या महारोग्याला मदर तेरेसानं जागा दिली. आणि तिच्या डोक्यात विचार आला, 'असे किती दुःखीकष्टी महारोगी वणवण भटकत असतील! त्यांच्याकरिता मला काहीतरी केलंच पाहिजे.'

झालं, १९५७ पासून मदर तेरेसाचं शांतिनगर (कुष्ठधाम) सुरू झालं. तिथं हळूहळू महारोग्यांची भरती होऊ लागली. सेंट फ्रान्सिसच्या जिद्दीनं ती महारोग्यांची सेवा करू लागली. त्यांच्या जखमा धुऊ लागली, पुसू लागली, बांधू लागली. सरकारी दवाखान्यातून त्यांची तपासणी करून आणू लागली. पुढे काही डॉक्टर्स या कामी तिला मदत करू लागले. प्राथमिक अवस्थेतील महारोगी बरे होऊन घरी परतू लागले.

हे महारोगी केवळ गरीब घरातूनच आलेले असत असे नव्हे. श्रीमंत घरातलेही असत. या कामासाठी मदर तेरेसाला सर्व थरांतून मदत मिळू लागली. सरकारकडून जागा मिळाली. हे महारोगी स्वावलंबी व्हावेत म्हणून तिनं त्यांच्याकरिता उद्योग सुरू केले. कुटीरोद्योग, खिळे जुळविणे यासारखे आपण काहीतरी करू शकतो, ह्या जाणिवेनं त्या महारोग्यांत नवचैतन्याचा संचार झाला. स्वावलंबनाचं सुख त्यांच्या वाट्याला येऊ लागले.

असं काही तरी लोकविलक्षण पद्धतीचं सेवाकाम मदर तेरेसानं केलं. पुष्कळ वेळेला

अशा केसेस तिला आढळल्यावर त्या रोग्यांचीही शुश्रूषा तिनं केली. अशा अनेक गोरगरिबांना तिनं मरणाच्या दाढेतून खेचून परत आणले.

ॲसीसी बेटावर जाऊन सेंट फ्रान्सिसनं महारोग्यांची सेवा केली. त्याला जेव्हा महारोग झाला त्या वेळी तो आनंदाने नाचू लागला. तो म्हणाला, ''अधिक आपलेपणानं आता मी माझ्या महारोगी बांधवांची सेवा करीन. त्यांच्या मनात मजबद्दल काही विकल्प राहणार नाही.'' मदर तेरेसाची विचारधाराही अशीच होती. ती म्हणे, ''माझा येशू मला महारोग्यांच्या रूपानं भेटत आहे. त्यांची सेवा करणं माझं पवित्रतम कर्तव्य आहे.''

मदर तेरेसाच्या जीवनात दीनदुबळ्यांच्या मदतीचे प्रसंग दररोज घडत. गरजू भुकेले लुळेपांगळे रोगी तिला शोधत येत नसत, तर ती त्यांच्या शोधात असे. सकाळी साडेचार

वाजता उठून थंड पाण्याची आंघोळ आटोपून ती आपल्या सेवाबंधु-भगिनींसह आपल्या भगवंताची प्रार्थना करी आणि 'भगवंता'च्या दर्शनाकरिता बाहेर पडे. तिच्या भगवंताचं मंदिर म्हणजे चर्च नव्हे किंवा भगवंत म्हणजे चर्चमधील क्रूसावर चढविलेला येशू नव्हे, तर रस्त्याच्या कडेला झोपडपट्टीत कोंडाळ्याजवळ उकिरड्यावर जे जे निराधार, एकाकी, रोगजर्जर जीव ते तिचे भगवंत होत आणि ते जिथे सापडेनात ते तिचे 'गिरिजाघर' होय. अशी तिची काही आगळी आणि वेगळी उपासनापद्धती होती. नवानवा निराश्रित भेटला, की तिला नवानवा उत्साह चढे. असे हे तिचे लोकविलक्षण कार्य कलकत्त्यामध्ये चालू होते.

आधी बीज असतं. त्याचं रोपटं होतं. मग त्याचा वृक्ष होतो. पुन्हा त्याला फांद्या फुटतात, पारंब्या पसरतात नि मग जणू वृक्षाचे बनच तयार होते. मदर तेरेसाच्या कार्याचं स्वरूपही असंच आहे. प्रथम एक निराश्रित वृद्धा आली, नंतर आणखी आसन्नमरण रुग्ण आले, नंतर मुले, नंतर महारोगी. आज जगातील पंच खंडांमध्ये तिच्या या धर्मसंस्थांचा

विस्तार झालेला आहे. प्रथम तिची कालीमातेच्या पुजाऱ्यांनी केली तशी हेटाळणी सर्वत्र झाली. पण तिच्या मनाची जिद्द आणि कार्यावरील अढळ श्रद्धा यामुळे ती डगमगली नाही. तिचा सारा खटाटोप धर्मांतराचा आहे, असा आरोप तिच्यावर हिंदू पंडितांनी व मुसलमान मौलवींनी केला. पण या सर्व दिव्यातून ती सुखरूप बाहेर पडली. आज बंगालमधील नव्हे, भारतातीलच नव्हे तर जगातील एक मान्यवर व्यक्ती म्हणून ती ओळखली जाते.

मदर तेरेसा जितकी भावनाशील तितकीच विवेकी आणि विचारी होत्या. सेवेला शिस्तीची आणि सामर्थ्याची जोड हवी हे ती पुरेपूर जाणत होती. तिनं आपल्या कार्याला एका शिस्तबद्ध संस्थेचं स्वरूप दिलं. तिची प्रमुख संस्था म्हणजे 'मिशनरीज ऑफ चॅरिटी.' तिच्या हाताखाली अनेक सेवाभगिनी आणि सेवाबंधू होते. त्यांच्यासाठी तिनं काही नियम घालून दिलेले होते आणि ते कटाक्षाने पाळले जातात का, हे ती बारकाईनं पाही. तिच्या प्रत्येक अनुयायाला गरिबीचं व्रत घ्यावं लागे. शुद्ध आदर्श वागणूक ठेवावी लागे, ब्रह्मचर्याचं पालन करावं लागे, आणि जे काम दिलं जाईल ते मुकाट्यानं करावं लागे. याकरिता कोणत्याही प्रकारचा मोबदला मिळणार नाही, हे मान्य असेल, त्यांनी यावं; नाहीतर निघून जावं, असं स्वच्छ ती सांगे. 'आधी पाहिजे केले मग बोलिले' या न्यायानं हे सर्व नियम ती स्वतः पाळत असे. जे अन्न इतरांच्याकरिता शिजविले जाई, ते मदर तेरेसा स्वतः खात असे आणि आपल्या सेवक-सेविकांना खायला घाली. एक प्लॅस्टिकची बादली, एक पेला, भजनाचे पुस्तक, जुजबी कपडे एवढी मदर तेरेसासकट साऱ्या अनुयायांची प्रत्येकी वैयक्तिक मालमत्ता.

तिच्या या संस्थेमध्ये दोन्ही बाजूला लाकडी खाटांवर रोगी पडलेले असत. कोणाला रक्त दिले जात आहे, कोणाच्या जखमा बांधल्या जात आहेत, कोणाला स्पंजिंग केले जात आहे, कोणाला सलाइन चढवले जात आहे, कोणाला गोळ्या दिल्या जात आहेत, कोणाला टोचले जात आहे, असं दृश्य दिसे. मधल्या बाजूला एक टेबलखुर्ची टाकलेली असे, म्हणूनच त्याला ऑफिस म्हणायचे. येणाऱ्या-जाणाऱ्यांची त्यात नोंद केली जाई. अनुयायांसाठी कामाची विभागणी होऊन तिथूनच हुकूम दिले जात. मग कोणी शिशुभवनाकडे जात, कोणी निर्मल हृदयाकडे जात तर कोणाला झोपडपट्टीचा फेरफटका करावा लागे, त्यांच्या प्रिय येशूच्या शोधार्थ.

असं हे काम अखंड चाललेलं असे. अलीकडे तर व्याप विलक्षण वाढलेला आहे. देणगीरूपानं औषधे येतात, दुधाची भुकटी येते, धान्य येते, कपडे येतात, चेक्स येतात, मनिऑर्डरी येतात. मदर तेरेसाच्या शांत आणि शिस्तपूर्ण कार्याचा हा परिपाक आहे.

जातीगोतीचा विचारही तिथे कुणाच्या मनाला शिवत नसे. 'येशू' हा मदर तेरेसाचा देव आणि बायबल हा तिचा आवडता धर्मग्रंथ. बायबलमधील सुबोध बोधवचने भिंतीवर लावलेली असत. तिच्या शिशुभवनातून शेकडो मुले विकसित होत हजारो मोठी झाली आहेत, मार्गाला लागली आहेत. अनेक एकाकी आसन्नमरण वृद्धांनी काही काळ सुखाचं जीवन जगून मदर तेरेसाच्या हातात हात देऊन निर्मल हृदयातून समाधानाचं मरण पत्करलं आहे. अनेक महारोगी शांतिनगरातून बरे होऊन गेले आहेत. जे बरे झालेले नाहीत, ते स्वावलंबनाचे व सुखाचे जिणे जगत आहेत. असे हे मदर तेरेसाचे कार्य अचाट आहे.

एका पत्रकारानं तिच्यावर आरोप केला. तो म्हणाला,

"मदर, तुम्ही धर्मांतर करविता, असा हिंदूंना संशय आहे."

मुळातच बोलण्याचा कंटाळा असलेली मदर तेरेसा उत्तरली,

"ते खरं आहे. मी धर्मांतर करवते, हिंदूंचं, मुसलमानांचं आणि ख्रिश्चनांचंसुद्धा. आणि या माझ्या कामात मला खूपसं यश मिळू लागलं आहे."

या खुलाशानं तो पत्रकार बुचकळ्यात पडला. त्याच्या विनंतीवरून मदरने अधिक खुलासा केला. ती पुढे म्हणाली,

''निराधार हिंदूंच्याबद्दल इतर हिंदूंच्या मनात मी प्रेम निर्माण करीत आहे, तसेच मुसलमानांच्या बाबतीत आणि ख्रिश्चनांच्या बाबतीतही. हिंदूंचा चांगला हिंदू करणं, मुसलमानांचा चांगला मुसलमान करणं आणि ख्रिश्चनांचा चांगला ख्रिश्चन करणं, हे माझं धर्मांतर आहे आणि हे सारं प्रेमानं आणि सेवेनं करायचं हे माझं व्रत आहे.''

पत्रकार निरुत्तर झाला आणि त्याला समाधानही वाटले. त्या पत्रकारानं थोडी धिटाई केली आणि तो म्हणाला,

''तुमच्या कार्याला आता कोणी विरोध करीत नाहीत ना?''

पत्रकाराचा रोख लक्षात घेऊन चाणाक्ष तेरेसा उत्तरली,

''मधूनमधून विरोध होतो, पण तो लोकांचा नव्हे!''

''म्हणजे काय?''

''माझं काम आता लोकांना आवडू लागलं आहे. पुष्कळ लोक निराश्रितांना माझा पत्ता देतात. काही जण इथपर्यंत आणून सोडतात. काही काम करण्याची इच्छा व्यक्त करतात. हा बदल लक्षणीय आहे. शासनापर्यंत मी जाऊ शकते. माझी दाद लागते.''

''पण विरोध कोणाचा आणि तो कसला?''

''माझ्या अंतर्मनाचा. अधिक प्रेमानं, अधिक कार्यक्षमतेनं माझ्या आणि माझ्या अनुयायांच्या हातून गोरगरिबांची सेवा व्हावी आणि यासाठी मला आयुष्य मिळावं असं मला वाटतं.''

''या कामाचा तुम्हाला कधी कंटाळा येत नाही?''

''तो कसा येईल? प्रेम, भक्ती या अशा शक्ती आहेत की तिथं आळस, कंटाळा यांना थारा नाही. माणसानं माणसावर प्रेम करावं, अशी प्रभूची आज्ञा आहे. विश्वशांती निर्माण होण्याचा हा एकच मार्ग आहे. या साध्या सोप्या मार्गाचा अवलंब न करता जे भांडतात, ते माझ्या देवाच्या दृष्टीनं अज्ञानी आहेत.''

पत्रकाराला निरोप देऊन मदर तेरेसा आपल्या कामाला गेली.

समाजामध्ये कार्यकर्ते, साहित्यिक, कलावंत यांची अखंड परंपरा चालू असते. त्यातील काही भाग्यवान असतात तर काही अभागी. उभ्या जन्मात केशवसुतांना कवी म्हणून प्रसिद्धी मिळाली नाही. एवढा मोठा महान देशभक्त वीर सावरकर तसा प्रतिभासंपन्न कवी आणि द्रष्टा समाजसुधारकही. पण बिचारा बहुजनसमाजाच्या उपेक्षेतच नेहमी राहिला. आगरकरांचेही तसेच झाले. पण काही कार्यकर्ते भाग्यवान असतात. 'याची देही याची डोळा' आपलं कार्य राजमान्य, लोकमान्य झालेले पाहण्याचं भाग्य त्यांच्या वाटेला येतं.

हे सद्‌भाग्य मदर तेरेसाच्या वाट्याला आलं.

पण आज ती विश्वविख्यात झाली असली, तरी तिला काही अडचणी आल्या नाहीत, असं समजण्याचं कारण नाही. या अभागी देशात गरिबांना काय तोटा? उणीव आहे ती मदर तेरेसासारख्या कार्यकर्त्यांची. तिनं आपलं विविध कार्य सुरू केलं. निराधारांची संख्या वाढू लागली. त्यांचं अन्न, वस्त्र, निवारा, औषधपाणी, शिक्षण इत्यादींच्या सोयींचा यक्षप्रश्न तिला भेडसावू लागला. अडचणींना ती डगमगली नाही. ती म्हणे,

"श्रद्धापूर्वक सेवाकार्य करीत राहणं, हे माझं कर्तव्य. कार्य येशूचं, अडचणी त्याच्याच, निवारण तोच करणार. माझ्या श्रद्धेत आणि प्रामाणिकपणात उणीव नाही, तोपर्यंत मला अडचणींची पर्वा नाही." आणि या श्रद्धेच्या पोटीच ज्या ज्या वेळी ती आणि तिच्या संस्था अडचणीत आल्या, तेव्हा आपल्या येशूनं या ना त्या रूपानं आपल्याला मदत केली, असं तिनं मानलं आणि अट्टाहासानं प्रतिपादनही केलं.

१९६२ मध्ये मदर तेरेसाला सन्मानपूर्वक पद्मश्री मिळाली. १९७१ मध्ये तिला 'गुड समॅरिटन ॲवॉर्ड' व केनेडी फौंडेशनच्या वतीनं पन्नास हजार पौंडाचं एक ॲवॉर्ड मिळालं. १९७२ मध्ये तिला राष्ट्रपती व्ही.व्ही. गिरी यांच्या हस्ते नेहरू ॲवॉर्ड दिलं गेलं, तर त्याच वर्षी टेपलटन फौंडेशन प्राईझ आणि दहा हजार पौंडाचं 'रेमन मॅगसेसे' ॲवॉर्ड मिळालं. तिला नोबेल पारितोषिक देण्याच्या संदर्भात अनेक पाश्चात्यांच्याकडून शिफारस होऊ लागली. पत्रकारांनी, मासिकांच्या संपादकांनी गौरवपूर्ण लेख लिहिले आणि तिच्या मुलाखती प्रसिद्ध केल्या. माल्कम मॅगेरीज यांनी 'मदर तेरेसाचे जीवन आणि कार्य' नावानं एक सुंदर चरित्रपर पुस्तक प्रसिद्ध करून तिच्या कार्याचा उचित परिचय पाश्चात्त्यांना मोठ्या प्रमाणात करून दिला. जगातील प्रसिद्ध कोलिन्स प्रकाशन संस्थेनं डेस्मॉंड डोइग या नामवंत लेखकाकडून 'मदर तेरेसा तिचे कार्यकर्ते व कार्य' या नावाचा एक ग्रंथ प्रसिद्ध केला. त्या सालातील ते सर्वप्रथम खपाचे पुस्तक ठरले. कदाचित या यथार्थ चरित्रग्रंथानंच

नोबेल पारितोषिक मदर तेरेसाला देण्याच्या विचाराला अधिक गती दिली असावी. १९७९ सालचं पंधरा लाख रुपये किमतीचं 'नोबेल शांतता पारितोषिक' मदर तेरेसाला मिळालं.

या सर्व मानसन्मानातून तिला मिळालेल्या अफाट संपत्तीचा विनियोग ती आपल्या धर्मकार्यासाठीच म्हणजे निराधारांकरिता नव्यानव्या संस्था सुरू करून करीत असे.

१९७६ मध्ये शांतिनिकेतनच्या विश्वभारती विद्यापीठानं तिला सन्मानपूर्वक डी.लिट. पदवी बहाल केली. तेव्हा कुलगुरू या नात्यानं श्रीमती इंदिरा गांधींनी केलेलं भाषण मोठं संस्मरणीय ठरलं.

निरनिराळ्या परिषदांसाठी मदर तेरेसाला आदरपूर्वक व आग्रहपूर्वक आमंत्रणे येत असत. युकॅरिस्टिक काँग्रेसला ती मुंबईस आली असता, पोप पॉल महामुनींनी तिला आपली शुभ्र सफेत भव्य 'लिंकन' गाडी प्रेमपूर्वक बहाल करून टाकली. अशा विविध प्रसंगी थोरामोठ्यांनी तिच्याबद्दल व तिच्या कार्याबद्दल जे गौरवोद्गार काढले आहे. ते जर एकत्र केले तर ती एक प्रेरक, पवित्र, अभंग भक्तिगाथाच ठरेल.

प्रत्येक ठिकाणी सन्मानित होत असताना मदर तेरेसाची विनयशीलता कधीच ढळली नाही. 'विविध उपायांनी माझा येशू माझ्यावर प्रेम करीत आहे व मला गरिबांची सेवा करण्यासाठी अधिकाधिक समर्थ बनवीत आहे,' अशीच तिची मनोधारणा होती.

आज साऱ्या जगात ती एक विशेष व्यक्ती (व्हीप) गणली जाते. अनेकांच्या घरी फ्रेम

करून लावलेले तिचे फोटो आढळतात. भारतीय रेल्वेनं तिला पहिल्या वर्गाचा मोफत पास दिला होता. इंडियन एअर लाईन्सनं तशीच तिच्या प्रवासाची विनातिकीट सोय केली होती. आंतरराष्ट्रीय विमान वाहतुकीनंही तिला भरपूर सवलती देऊ केल्या. ठिकठिकाणच्या सत्प्रवृत्ती संचयातून तिच्याकडे औषधे, कपडे, धनधान्य इ. नित्य येत असत. म्हणून तिनं सांभाळलेल्या निराधारांना काही कमी पडलं नाही.

'अनंत रूपानं माझा भगवंत माझ्यावर माझ्या कार्यासाठी करुणेचा महापूर लोटीत आहे आणि त्याचा अल्पमतीनं व दोन दुर्बल हातांनी स्वीकार करताकरता मला नाकी नऊ येत आहे.' अशी तिची श्रद्धा होती.

आपल्याला उदंड आयुष्य हवं आहे, अशी तिच्या येशूजवळ तिची मागणी असे. याचं कारण एक की तिला आणखी असंख्य अनाथांचा वाली व्हायचे होते, निराधारांना आधार द्यायचा होता.

मृत्युशी संघर्ष...

१९८३ साली मदरला हृदयविकाराचा झटका आला. या पहिल्या झटक्यातून सावरल्यावर ती मिश्कीलपणे म्हणाली,

"मी स्वर्गाच्या दाराशी पोहोचले होते, पण तिथला रखवालदार संत पीटर म्हणाला की स्वर्गात झोपडपट्टी नाही म्हणून तुम्हाला परत पाठवणार आहोत."

दोन महिने इस्पितळात काढून मदर घरी परतली. तिच्या छातीत पेसमेकर बसवला होता. तरी इस्पितळातून परतल्यावर लगेच काम सुरु केलं. सहकारी भगिनींच्या विरोधाला न जुमानता नेहमीप्रमाणे साडेचारला उठे आणि मध्यरात्रीपर्यंत काम करी. तिच्या मायभूमीतल्या, अल्बेनियातल्या कम्युनिस्ट सरकारकडून आलेली मठ स्थापन करण्याची विनंती आपल्या ढासळणाऱ्या तब्येतीची पर्वा न करता आनंदाने स्वीकारली.

१९८९च्या सप्टेंबरमध्ये मदरना हृदयविकाराचा दुसरा झटका आला. त्यांना इस्पितळात नेण्यात आलं. एकीकडे 'मिशनरीज ऑफ चॅरिटीज' संस्थेतील सर्व जण प्रभू येशूकडे मदरच्या आरोग्यासाठी प्रार्थना करत होते, तर दुसरीकडे मदर मृत्यूशी झुंज देत होत्या. नंतरच्या काही वर्षात मदरची तब्येत ढासळत राहिली. १३ मार्च, १९९७ रोजी त्यांनी मिशनरीज ऑफ चॅरिटीजच्या प्रमुखपदाचा राजीनामा दिला. ५ सप्टेंबर, १९९७ रोजी मदरची प्राणज्योत मालवली आणि विसाव्या शतकातील ही संत अनंतात विलीन झाली.

क्षणचित्रे

१

एका प्रशस्त बंगल्याच्या आवारात एके सकाळी विलक्षण गर्दी झाली होती. गर्दीत घुसून एकानं विचारलं,

"काय झालंय?"

"आत्महत्या." दुसऱ्यानं उत्तर दिलं.

"कोणी केली?"

"एका बाईनं मुलांसकट."

"अरेरे! काही कारण?"

"कुणास ठाऊक! भांडण झालं असेल. वैतागून गेली असेल, कदाचित तिचं पापच तिला खायला उठलं असेल."

इतक्यात तिथे पोलीस आले. त्यांनी गर्दी हटविली. प्रेतांचा ताबा घेतला. पंचनामा केला. त्या बाईपाशी त्यांना एक चिठ्ठी मिळाली. चिठ्ठीत लिहिलं होतं –

"माझ्या आणि माझ्या मुलाच्या मृत्यूची संपूर्ण जबाबदारी माझी. पतिनिधनानंतर मला जगणं अशक्य झालं, म्हणून मी आत्महत्या केली. माझ्या मृत्यूनंतर माझ्या मुलाकडे कोण बघणार? म्हणून मी त्याला माझ्याबरोबर न्यायचं ठरविलं. माझी अंतिम इच्छा एकच आहे- माझं घरदार, जमीनजुमला, बँक बॅलन्स सारं काही मदर तेरेसाला तिच्या कार्यासाठी देण्यात यावं."

ही बातमी ज्या वेळी बाहेर आली, आणि वृत्तपत्रात प्रसिद्ध झाली, त्यावेळी त्या बाईच्या मृत्यूबद्दल दुःखाश्रू गाळावेत की मदर तेरेसाच्या थोर कार्याबद्दल कृतज्ञता व्यक्त करावी, याचं जाणकार सहृदय वाचकांना कोडंच पडलं.

२

१९६२ साल होतं. दिल्लीच्या शाही दरबारात पदवीदान समारंभ होता. दरबार हॉल प्रेक्षकांनी फुलून गेला होता. राष्ट्रपतींनी प्रवेश करताच निस्तब्ध शांतता पसरली.

पदवीदानाचं प्रास्ताविक झालं. एक एक नाव उच्चारलं गेलं. मान्यवर व्यक्ती, टाळ्यांच्या कडकडाटात धीरगंभीरपणे इकडे तिकडे बघत, स्वागताचा स्वीकार करीत आपापली पदवी घेऊन जाग्यावर बसल्या.

भारतरत्न झाले, पद्मविभूषण झाले. पद्मभूषण झाले. आता पद्मश्रींची पाळी आली. पद्मश्रीकरिता नाव पुकारले गेले – मदर तेरेसा! टाळ्यांचा कडकडाट झाला. आवाजानं दरबार हॉल निनादून गेला. पद्मभूषण, पद्मविभूषणांच्या वाट्याला इतक्या टाळ्या आल्या

नाहीत. एखादे निराधार बालक आणण्यासाठी जेवढ्या कृतज्ञतेने तेरेसा जात असे, तेवढ्याच विनयशीलतेनं ती तुरूतुरू चालत राष्ट्रपतींपर्यंत गेली. तिनं कमालीच्या सौजन्यशीलतेनं पद्मश्रीचा स्वीकार केला.

टाळ्यांच्या गडगडाटी कडकडाटानं राष्ट्रपती किंचित गंभीर झाले. कदाचित पद्मभूषण, पद्धविभूषण योग्यतेच्या स्त्रीला आपल्याकडून पद्मश्री देण्यात चूक झाली नाही ना, अशी शंका त्यांना आली असावी.

दरबार बरखास्त झाला. मदर तेरेसावर पत्रकारांचे कॅमेरे वळले. कोणी मुलाखत घेऊ लागले, कोणी धन्यवाद देऊ लागले.

मदर तेरेसानं ही सारी आपल्या प्रभूची कृपा मानली.

३

मदर तेरेसाच्या कार्यानं अनेक लोक प्रभावित झाले. अनेकांना त्यांच्या आयुष्याचं ध्येय गवसलं. एका भावनाप्रधान बंगाली व्यापाऱ्यानं मदर तेरेसाच्या मानवतावादी महान कार्यावर लुब्ध होऊन आपली सारी संपत्ती तिला अर्पण केली आणि तो स्वतः अनाथ अपंगांच्या सेवेसाठी तिच्याकडे रुजू झाला. या प्रसंगाच्या संदर्भात मदर तेरेसा म्हणते,

"झोपलेले जागे होऊ लागले आहेत. मजवर माझ्या प्रभूची थोर कृपा आहे."

४

इंग्लंडच्या वरिष्ठ कायदेमंडळातील एक लॉर्ड सभासद भारताला भेट देण्यासाठी आले होते. त्यांनी दिल्ली, मुंबई, पाहिली. प्रचंड खपलेले डेस्मॉंड डोइग यांचं मदर तेरेसावरचं पुस्तक त्यांच्या वाचनात आलं होतं. म्हणून कलकत्ता पाहण्याचा त्यांचा कार्यक्रम होता. ओघानं मदर तेरेसाला भेटण्यास मिळालं तर त्यांना हवं होतं.

थंडीचे दिवस होते. त्यांनी जाकिटासह गरम सूट परिधान केला होता. ते कलकत्त्यास आले. योगायोगानं डेस्मॉंड डोइग कलकत्त्यातच होते. त्यांना घेऊन ते लॉर्ड कलकत्त्याच्या ब्रिटिश कचेरीत गेले. तेथे त्यांचं 'हेवी लंच' सह थाटात स्वागत झालं. मग डेस्मॉंड डोइगना घेऊन ते 'मिशनरीज ऑफ चॅरिटी' पाहायला गेले. ते दोघे गाडीतून उतरले. दरवाजातून आत जाणार इतक्यात 'रस्ता द्या, रस्ता द्या!' असे म्हणत एक वृद्ध बाई दरवाजाबाहेर लगबगीनं आली. तिच्यामागून एका वृद्धाचा मृतदेह शुभ्र पांढऱ्या वस्त्रात आच्छादून बाहेर आणण्यात येत होता.

ते दृश्य लॉर्डसाहेबांना अतीव धक्कादायक वाटले. डेस्मॉंड डोइगसह ते आत गेले. तेथे त्यांना आसन्नमरण सुस्थितीतल्या वृद्ध स्त्री-पुरुषांची शुश्रूषा अत्यंत काळजीपूर्वक आणि प्रेमपूर्वक केली जात असलेली दिसली. प्रत्येक सिस्टर आपल्या कामात इतकी गर्क होती की, या पाहुण्यांशी बोलायला कुणालाच सवड नव्हती. थोड्या वेळानं बाहेर गेलेली मदर तेरेसा आत आली. डेस्मॉंड डोइगने लॉर्डसाहेबांना तिचा परिचय करून दिला. मदर तेरेसानं अगदी थोडक्या वेळात आणि थोडक्या शब्दांत आपल्या कार्याची माहिती त्यांना दिली. त्या वेळी तिला कामाच्या गर्दीमुळे बोलायला अधिक वेळ नसल्यामुळे तिनं पुन्हा दुसऱ्या दिवशी येण्याची सूचना दिली.

लॉर्डसाहेब आणि डेस्मॉंड डोइग बाहेर पडले. डेस्मॉंड डोइग म्हणाले,

"या भारताचं नशीब थोर म्हणून मदर तेरेसा इथं कार्य करीत आहे."

"जिवाची आशा सोडलेल्या वृद्धांची अशी देखभाल करून त्यांना सुखाचं मरण देणं हे प्रभुसदृश काम आहे. या कामाला तोड नाही." लॉर्डसाहेब उद्‌गारले. बोलता बोलता त्यांचा कंठ दाटून आला. ते अडखळले. डेस्मॉंड डोइगनी विचारले,

"अडखळलात का? बोला ना?"

"थंडीमध्ये जरूर तेवढे कपडे पांघरलेले ते जराजर्जर रोगी पाहून मला असं वाटायला लागलं की, माझ्या गरम सुटाचे चटके माझ्या अंगाला बसत आहेत. एका बाजूला आपले अगणित बांधव उघडे निराधार अवस्थेत राहत आहेत आणि दुसऱ्या बाजूला उंची गरम सुटात, कॉंक्रीटच्या बंगल्यात ऐषारामात आम्ही राहत आहोत. मरणोत्तर 'गरिबांसाठी तू काय केलंस?' असा प्रभूनं जाब विचारला, तर आमच्याजवळ काय उत्तर आहे?"

जड अंतःकरणानं लॉर्डसाहेब पुढच्या प्रवासाला निघून गेले.

५

१९७९ चे नोबेल शांतता पारितोषिक मदर तेरेसाला मिळाले. त्याचाही उपयोग तिनं सेवाकार्यासाठी केला. नोबेल पारितोषिकापूर्वी तिला मोठमोठी बक्षिसे मिळाली होती.

नेहरू ॲवॉर्ड, टेम्पलटन प्राइझ, मॅगसेसे ॲवॉर्ड, पोप पीस प्राइझ इत्यादी. 'नोबेल पारितोषिक' म्हणजे एका अधिक पारितोषिकाची भर. हे पारितोषिक मिळाल्यावर मदर तेरेसानं उद्‌गार काढले,

"आता मला मिळणाऱ्या पंधरा लाखांतून एक-दोन इमारती बांधून त्यात गरीब मुलांची सोय लावता येईल."

प्रारंभी तिच्याजवळ पाचच रुपये असताना आपला सारा भार प्रभूवर टाकून ती काम करू लागली. त्याच निष्ठेनं व प्रभूवरील त्याच श्रद्धेनं तिच्या कार्याचा अफाट विस्तार झालेला असताना, ती तशाच मनःस्थितीत कार्य करीत आहे. एका पत्रकाराला तिनं उत्तर दिलं,

"प्रभू माझा बँकर आहे आणि माझ्या गरजेपुरता बॅलन्स माझ्या खात्यावर सदैव शिल्लक असतो."

प्रारंभी तिनं एकच शाळा सुरू केली. एकाच वृद्धेची तिनं स्वतःच सिस्टर ॲग्नेस यानावे देखभाल केली. पण आता त्याजागी हजारो सेवाबंधुभगिनी सेवाकार्य करीत आहेत. भारतात साठ आणि भारताबाहेर अठ्ठावीस संस्था चालविल्या जातात. एक्याऐंशी शिशुभवने, तीनशे फिरते दवाखाने, अठ्ठावीस कुटुंब नियोजन केंद्रे, सदुसष्ट कुष्ठधामे, अठ्ठावीस अनाथ बालकाश्रम आणि तीस-बत्तीस निर्मल हृदये चालू आहेत.

मदर तेरेसाच्या कार्याचा दिवसेंदिवस विस्तार होत आहे. हे माणसाला माणसासाठी काहीतरी करावेसे वाटते, याचे प्रतिक आहे. तसे नसते, तर जगाच्या कोनाकोपऱ्यातून

विविध प्रकारच्या मदतीचा ओघ लागला नसता. भेटायला येणाऱ्यांची संख्या वाढली नसती आणि त्यांच्या डोळ्यांत पाणी तरळलं नसतं. असं होतं याचं कारण, माणसाचे माणसावर प्रेम आहे.

६

मदर तेरेसाला नोबेल पारितोषिक मिळाल्यापासून वार्ताहरांची आणि आकाशवाणीच्या प्रतिनिधींची मुलाखतीसाठी तिच्याकडे रीघ लागली होती. ती कोणालाही निराश करीत नसे. मात्र नियुक्त वेळी त्यांनी यावे असा तिचा आग्रह असे. तिचा हा वेळ संध्याकाळचा असे. दिवसभराचे काम पार पाडून ती हसतमुखानेच वार्ताहरांशी वार्तालाप करत असे. तिच्या चेहऱ्यावर कंटाळा किंवा थकावट दिसत नाही, याचं सर्वांना आश्चर्य वाटे.

एकानं तिला प्रश्न केला, ''तुम्ही या पंधरा लाखांचं काय करणार?'' क्षणाचाही विलंब न करता ती उत्तरली, ''ही ईश्वरी देणगी मला नव्हे तर माझ्या कार्याला मिळालेली आहे. मी निमित्तमात्र होय. माझ्या कार्याकरिता जर मी ती खर्च केली नाही तर माझ्यासारखी अभागी मीच.'' चोखंदळ वार्ताहर उत्तरला, ''पंधरा लाख ही जशी तुम्हाला ईश्वरी देणगी वाटते, तशी तुम्ही म्हणजे मदर तेरेसा ही एक आमच्या देशाला मिळालेली ईश्वरी देणगीच, असं आम्ही मानतो.'' या उत्तरानं मदर तेरेसा काहीशी सुखावली; तथापि तिच्या चेहऱ्यावरची विनम्रता व गोड हास्य किंचितही कमी झाले नाही.

दुसऱ्या एका वार्ताहरानं तिला छेडलं, ''कामाच्या ताणानं तुमची प्रकृती ढासळली तर पुढे तुमचं व तुमच्या कामाचं काय?'' मदर तेरेसानं या वार्ताविशारदाला सहजतेनं दिलेलं उत्तर मोठं उद्‌बोधक वाटावं असं आहे. ती म्हणाली, ''मी जे काही करते ते देवाच्या प्रीतिभक्तीनं, त्यानं दिलेल्या प्रेरणेनं. मग मी आजारी पडून गरिबांच्या सेवेत खंड पडावा, असं त्याला कसं वाटेल? तरीही प्रभूच्याच कृपेनं माझ्या ज्या कार्यकर्त्या सेवाभगिनी आहेत, त्या तितक्याच निष्ठेनं गरीबरूपी येशूच्या सेवेत मग्न आहेत. म्हणून प्रभूची इच्छाच असेल तर आजारी पडायलाच काय पण या जगातून निघून जायला माझी एका पायावर तयारी आहे.''

तिसऱ्या वार्ताहरानं तिला खोचकपणे विचारलं, ''पहाटे साडेचार वाजता तुम्ही उठता, साधं अन्न सेवन करता. मग दिवसभराच्या कामानं तुम्हाला थकवा येत असेलच. मग एवढं तुम्ही कसं काय सहन करता?'' क्षणभर विचार करून त्या वार्ताहराकडे आपली प्रेमळ नजर रोखून तिनं उत्तर दिलं, ''सेवा करण्याची माझ्याजवळची शक्ती ही माझी नाही. ती मला माझ्या देवापासून मिळते. तो झरा आहे; मी झरणी. हा केवळ माझाच अनुभव नाही

तर शेकडो सेवाभगिनींचा आहे.'' तिच्या उत्तरानं त्या वार्ताहराचं समाधान झालं नाही. त्याला ती म्हणाली, ''अशा प्रकारच्या थोड्या अनुभूतींतून जाण्याचा प्रयत्न करा. तुमच्या सर्व शंका दूर होतील.'' इतक्यात घाईघाईनं एका वार्ताहरानं विचारलं, ''तुमच्या कार्यासाठी तुम्हाला निधी उभा करावा लागतो का? असल्यास आज तुमच्याजवळ किती निधी साठला आहे?'' मदरनं या वार्ताहराला हसत आणि मोकळेपणानं खुलासा केला,

''असली भानगड करण्याची मला गरज पडत नाही. प्रारंभी मी जेव्हा अडचणीत होते, तेव्हा त्यातून मला देवानंच पार केलं. आता तो देव असंख्यांच्या मनात शिरला आहे. त्याच्या अनंत हातांनी तो माझ्या म्हणजे त्याच्याच कार्याला हातभार लावीत आहेत. घेता घेता मला पुरेवाट होते. धनाची, धान्याची, कपड्यांची, औषधांची जशी मदत येते; तसं नवं नवं काम आम्ही हाती घेतो. अधिकाधिक करुणेनं प्रेरित झालेली माणसं आमच्याकडे येतात आणि आम्हाला हातभार लावतात.''

आडवे तिडवे अनेक प्रश्न विचारून वार्ताहर मदर तेरेसाची जणू परीक्षा पाहण्याचा प्रयत्न करताना दिसत. पण बुद्धी भावनेवर मात करू शकत नाही, हेच खरं. सेवा भावनेनं भारून गेलेल्या मदर तेरेसावर वार्ताहरांसारख्या व्यावहारिक बुद्धिवादी मंडळींचा प्रभाव कसा पडेल?

७

मदर तेरेसालाही निंदकांची कमी नव्हती. तिच्या जगद्व्यापी सेवाकार्यावर जगाच्या कानाकोपऱ्यातून टीका झाली. पण कुणावरही न रागवता, कधी शांतपणे उत्तरं देऊन, किंवा कधी आपल्या कार्यातून टीकाकारांची तोंडं बंद केली. गरिबी हटवण्याऐवजी ती गरिबीला वलय मिळवून देते असं काही जण म्हणाले. मदर तेरेसा आपल्या जोगिणींवर

गरिबीत राहण्याचं बंधन घालते अशीही काहींनी टीका केली. मदर तेरेसा धार्मिक हुकूमशाह आहे आणि लीनतेच्या बुरख्याखाली प्रसिद्धीसाठी हपापली आहे असा आरोपही काहींनी केला. पण मदरनं अशा गोष्टींना कधी भीक घातली नाही. व्याधींनी दुर्बल झालेल्या मदरनी १९९० साली आपल्या 'मिशनरीज ऑफ चॅरिटीज' या संस्थेचं प्रमुखपद सोडायचं ठरवलं. तेव्हाचे पोप दुसरे जॉन पॉल यांनी संमती दिली होती. मदर म्हणाली होती,

"परमेश्वर माझ्याजागी अधिक नम्र, त्यागी आणि आज्ञाधारक व्यक्ती शोधून काढील."

संस्थेच्या नवीन प्रमुखासाठी निवडणुक झाली आणि पुन्हा एकदा मदरच प्रमुखपदी निवडून आली.

८

ख्रिस्तोफर हिचेन्स नावाच्या एका पत्रकाराने मदर तेरेसा यांच्या जीवनावर आधारित 'हेल्स एंजेल' नावाचा एक चित्रपट काढला होता. सेवाकार्यासाठी मदरला जगभरातून मिळणारा पैसा गरिबांसाठी न वापरता स्वतःच्या संस्थेच्या इमारती बांधण्यासाठी वापरतात; ख्रिस्ती धर्माचा प्रसार करणं हा त्यांच्या समाजकार्याचा मूळ उद्देश आहे अशा गोष्टी त्यांनी चित्रपटात मांडल्या होत्या. नंतर मात्र ख्रिस्तोफरने केलेल्या चुकांची कबुली दिली होती.

९

मदर तेरेसा आजारी होत्या, त्या वेळी भारतातील ख्यातकीर्त अण्वस्त्रतज्ज्ञ आणि माजी राष्ट्रपती डॉ. अब्दुल कलाम यांनी त्यांच्यावर 'वेदना' ही कविता केली.

'तिचं हृदय गृहहीनांचं घर आहे.
आजाऱ्यांची ती काळजी घेते.
मग तीच आजारी का?
आता अनाथांना हृदयाशी कोण धरील?
आपण सर्व जण प्रार्थना करू या,
देवाला आळवू या, तिला नेऊ नकोस.
तुझ्या लेकरांची काळजी घेण्यासाठी
तिची भूतलावर जास्त गरज आहे.'

❋❋❋

नोबेल शांतता पारितोषिकाचा स्वीकार

१० डिसेंबर, १९७९ रोजी ओस्लो (नॉर्वे) येथे मदर तेरेसाला नोबेल शांतता पारितोषिक बहाल करण्याचा समारंभ संपन्न झाला. पंधरा लाखांहून अधिक रकमेचा चेक, एक सुवर्णपदक व एक प्रशस्तिपत्रक तिला देण्यात आले. या सर्वांचा स्वीकार मदरनं नम्रतापूर्वक व कर्तव्यबुद्धीनं केला.

अशांत वातावरणात शांतता पारितोषिक देण्याची अनिष्ट परंपरा जणू मदर तेरेसानं मोडून टाकली. या पारितोषिकासाठी ३० जानेवारीपर्यंत नावं सुचविली जातात, १ नोव्हेंबरला विजेत्याचं नाव जाहीर होतं व १० डिसेंबरला वितरण समारंभ होतो.

१९७३ मध्ये अमेरिकेचे हेन्री किसिंजर व उ. व्हिएतनामचे लीड् थो यांना हे पारितोषिक विभागून देण्यात आलं. या निवडीवर टीका झाली. 'अजून लढाई कुठं थांबली आहे?' असं निमित्त करून थो नी ते नाकारलं, तर किसिंजर समारंभाला गैरहजर राहिले. १९७४ मध्ये जपानच्या एसाकू सातोंची निवड झाली. याही निवडीविरुद्ध टीकेची झोड उठली. ''बायकोला झोडपणाऱ्या नवऱ्याला शांतता पारितोषिक कसलं देता?'' असं म्हणण्यापर्यंत विरोधकांची मजल गेली. सैनिकी संरक्षणातच सातों समारंभस्थळी गेले. १९७८ मध्ये इजिप्तचे अध्यक्ष सादत व इस्राईलचे अध्यक्ष बेगिन यांना हे पारितोषिक विभागून मिळालं. या वेळी अरब राष्ट्रात संतापाची लाट उसळली. नोबेल समितीला किनारी किल्ल्यावर समारंभ करावा लागला व विजेत्यांना तेथे हेलिकॉप्टरनेच न्यावं लागलं.

मदर तेरेसाचं कार्य गरिबांतल्या गरिबांसाठी व जाती, धर्म, पंथ, वर्ण यांच्या पलीकडे केवळ मानवतावादी असल्यामुळे तिच्या नावास झालेला विरोध नगण्य ठरला. १० डिसेंबर रोजी पारितोषिक स्वीकारताना ती नम्रपणे म्हणाली,

''मी या मानाला पात्र नाही. परमेश्वरी कारुण्याचा या निमित्तानं सन्मान होत आहे व या पैशातून दीनदलित व अपंग अनाथांच्यासाठी घरे बांधून त्यांच्या अन्न, वस्त्र, निवाऱ्याची सोय करू शकेन, म्हणून मी आले. मी कृतज्ञ आहे. प्रभूची मजवर अशीच कृपा राहो.''

वरील मौलिक उद्‌गारातून मदर तेरेसाचं मानवतावादी, ममतामयी मन स्पष्ट होतं, यात शंका नाही.

तिचा जीवन परिचय आम्हा भारतीयांना प्रत्यक्ष सेवाकार्य करण्याची प्रेरणा देवो, अशी इच्छा मी व्यक्त करतो.

इतर मानसन्मान

२२ मार्च, १९८० या दिवशी भारत सरकारतर्फे देण्यात येणारा 'भारतरत्न' हा सर्वोच्च नागरी पुरस्कार देऊन मदर तेरेसाला गौरवण्यात आलं. २७ ऑगस्ट या दिवशी भारतीय पोस्टखात्याने मदरच्या सन्मानार्थ त्यांची प्रतिमा असलेलं पोस्टाचं तिकीट प्रसिद्ध केलं.

१९८२ मध्ये इस्रायली सैन्याने बैरूतवर हल्ला केला. तिथलं दार-उल्-अझाझाल इस्लामिया इस्पितळ पूर्णपणे उद्ध्वस्त झालं होतं. लढाई संपून दोन महिने उलटले होते. कितीतरी मुलं जखमी झाली होती. सात ते एकवीस या वयोगटातली ३७ मुलं विकलांग झाली होती. पोप दुसरे जॉन पॉल यांच्या आदेशावरून मदर तिथे पोहोचली. इस्रायलच्या सीमारेषेवरच्या 'ग्रीन झोन'मधल्या त्या तडफडणाऱ्या मुलांना मदरने तातडीने तिथून बाहेर काढलं. बैरूतच्या पूर्वभागात मदरच्या संस्थेची एक शाळा होती. तिथल्या एका ख्रिस्ती वसाहतीत त्या जखमी मुलांवर उपचार करण्यात आले.

'इंडिया टुडे' मासिकाच्या एका पत्रकारानं मदरला विचारलं, ''मुस्लीम जगाला वाटतं की तुम्ही त्यांच्या कैवारी आहात.'' त्यावर मदर म्हणाली, ''ते मुस्लीम आहेत म्हणून मी त्यांच्यावर उपचार केले नाहीत. ती सारी देवाची मुलं आहेत. आम्ही धर्म, वंश, जात असा फरक करत नाही.''

याच वर्षी अमेरिकेत प्रसिद्ध झालेल्या जगभरातील सर्वाधिक आदरणीय महिलांच्या यादीत मदर दुसऱ्या क्रमांकावर होती.

सार्वजनिक सेवेसाठी ब्रिटिश सरकारतर्फे दिला जाणारा सर्वोच्च किताब 'द ऑर्डर ऑफ मेरिट' मदरला १९८३ साली बहाल करण्यात आला.

१९९६ मध्ये स्लोव्हेनिया सरकारने तिला 'दी ऑर्डर ऑफ नेशन्स ऑनर' हा पुरस्कार प्रदान केला. त्यानंतर एकाच वर्षात तिथल्या तिराना आंतरराष्ट्रीय विमानतळाला मदर तेरेसा नाव देण्यात आलं.

गुणग्राहकांची गौरवांजली

* मदर तेरेसाचे जीवन म्हणजे दुःखितांच्या आयुष्यात प्रेमाचा प्रकाश पोहोचता करणारी एक सुंदर अलौकिक दीपमाळच.

– कवी कुसुमाग्रज

* मदर तेरेसा पद्मश्री स्वीकारीत असता मला कृतज्ञतेचे अश्रू आवरणे कठीण झाले होते.

– पंडित जवाहरलाल नेहरू

* मदर तेरेसा म्हणजे एक चमत्कार.

– विजयालक्ष्मी पंडित

* मदर तेरेसा ही परमेश्वराची प्रिय दूत आहे. तिची निष्काम सेवा हा कधीही न मावळणारा दीप आहे.

– व्ही. व्ही. गिरी

* मदर तेरेसाचा सत्कार करून आपण साक्षात सत्प्रवृत्तीला, समवृत्तीला, समर्पणवृत्तीला आपली आदरांजली वाहत आहोत.

– श्रीमती इंदिरा गांधी

मदर तेरेसाची अमृतवाणी

* माणसाला माणसासाठी पाझर फुटावा, अशी माझी इच्छा आहे.
* मी निश्चय करते व त्याप्रमाणे कामाला लागते; मग प्रभू ते काम पुरे करतो.
* जगात ज्यांचे कोणी नाही त्यांचा देव आहे. मी केवळ त्याची आज्ञाधारक दासी.
* अश्राप अर्भके आमच्यासाठी फार सोसतात म्हणून आम्ही त्यांचे देणे लागतो.
* जो प्रेम आणि करुणा आचरतो तोच खरा ख्रिश्चन.
* क्षय, महारोग, कॅन्सर यापेक्षा अधिक उग्र व्याधी म्हणजे माणसाचे नकोसेपण.
* दुःखी, दरिद्री, पीडितांची सेवा दरिद्री होऊनच करायला हवी.
* गरिबांना प्रेम देणे व गरिबांचे प्रेम घेणे, हाच आमच्या मिशनचा अंतिम हेतू.
  करुणा हीच आमची धारणा आणि तीच आमची प्रेरणा.
* आम्ही देवाचे चाकर आहोत. आम्हाला ना सुट्टी, ना बोनस, ना पगारवाढ.
* माणसाच्या मुक्तीची एकमेव आशा म्हणजे दीनदुःखी बांधवांची सेवा.
* माझ्या दरिद्री बांधवांची सेवा करण्याची संधी देवाने मला दिली, म्हणून मी धन्य आहे, कृतार्थ आहे.
* माझे प्रभू येशूवर प्रेम आहे, म्हणून मला घाण, व्रण, कुरूपता दिसत नाही.
  मला तेथे दिसते ते येशूचे मंगल स्वरूप.
* प्रेम प्रेमासाठीच करायचे असते.
* मला माझ्या कार्याच्या लघुत्वाची जाणीव आहे. जगात सागर आहे, म्हणून काय डोळ्यांनी भरून वाहू नये!
* आमचे कार्य विधायक आहे, विघातक नाही.
* ख्रिस्त सुळावर चढला ते जगाचा संसार सुखाचा व्हावा म्हणून.
* सुखाचा अर्थ दुःखामुळे कळतो.
* मनापासून प्रार्थना करा, म्हणजे हृदयाची कवाडे विशाल होतील आणि त्यात देव कायमची वस्ती करून राहील.
* रुग्ण मला प्रिय आहे, कारण तो प्रभुरूप आहे.
* प्रेम दुर्मीळ झाले आहे. त्याच्या विपुलतेनेच जगात शांतता नांदेल.

मदर तेरेसाचा जीवनपट

१९१० जन्म (२६ ऑगस्ट)
युगोस्लाव्हिया (स्कोपये)
१९२८ जोगिणीचे व्रत
१९३१ सिस्टर झाली
१९३७ मदर झाली
१९४८ कलकत्त्यात पहिले 'शिशुभवन' उघडले
१९५२ पहिले 'निर्मल हृदय' सुरू
१९६२ पद्मश्री मिळाली
१९७१ गुड समेरिटन पारितोषिक
१९७१ जोसेफ केनेडी ज्यु. फौंडेशन पारितोषिक
१९७१ नेहरू पारितोषिक
१९७२ रेमन मॅगसेसे पारितोषिक
१९७२ टेपल्टन फौंडेशन पारितोषिक
१९७६ आशादान सुरू केले
१९७९ नोबेल शांतता पारितोषिक (१० डिसेंबर)
१९८० भारतरत्न
१९८३ 'ऑर्डर ऑफ मेरीट' हा इंग्लंडचा सर्वोच्च किताब
१९८५ अमेरिकेतर्फे 'प्रेसिडेन्शियल मेडल ऑफ फ्रीडम
१९८७ सोवियत पीस कमिटी गोल्ड मेडल
१९९६ अमेरिकेचे मानद नागरिकत्व
अल्बेनियातर्फे 'ऑर्डर ऑफ द नेशन' पुरस्कार
१९९७ 'मदर जनरल' स्थानावरून पदोन्नती
महानिर्वाण
२००३ पोप दुसरे जॉन पॉल यांच्यातर्फे धन्यवादीत जाहीर
२०१६ संतपद बहाल